என் கவி தோழி

மா.இசக்கியம்மாள்

aelay
publish

என் கவி தோழி

கவிதை

ஆசிரியர் : மா.இசக்கியம்மாள் 2022 ©
முதல் பதிப்பு : ஆகஸ்ட் 2022
வெளியீடு : ஏலே பதிப்பகம்
5/175, பாத்திமா நகர், கூத்தென்குழி,
திருநெல்வேலி - 627104
தொடர்புக்கு : +91 9944992571

En kavi thozhi

Poetry

First Edition : August 2022
Pages: 44
ISBN : 978-93-5533-268-4
Aelay Publish
Contact : +91 9944992571
Designed by : Aelay publish team

என்னுரை

இவர் பெயர் மா. இசக்கியம்மாள் இவர் தென்காசி மாவட்டத்தில் உள்ள கீழப்புலியூர் என்னும் கிராமத்தில் வசிக்கின்றார். தென்காசி மாவட்டத்தில் உள்ள Sri பராசக்தி மகளிர் கல்லூரியில் மூன்றாம் ஆண்டு வணிகவியல் பிரிவு படித்து கொண்டு இருக்கின்றார். இவருக்கு சிறு வயதிலிருந்தே கவிதை கட்டுரைகள் போன்றவை எழுதுவதில் மிகவும் ஆர்வம் அதிகம். மற்றொரு புத்தகத்தில் துணை எழுத்தாளராகவும் இருந்து இருக்கிறார். முதல் முறையாக தன் புத்தகத்திற்கு ஆசிரியராக இருப்பதை மிகவும் பெருமையாகவும் சந்தோசமாகவும் உணர்கின்றார் .

அம்மா

எத்தனை உறவுகள் என்னை தேடி எனக்காக வந்தாலும்
என் அம்மாவிற்கு ஈடாகுமோ?

இயற்கையோடு கூட ஒப்பிட இயலாத ஓவியம் என்
அம்மாவின் அன்பு மட்டும்

இயற்கையோடு அம்மாவை ஒப்பிடாதே மனமே
இயற்கைக்கு கால மாற்றங்கள் உண்டு
காலங்கள் கடந்தாலும், மாற்றங்கள் ஏற்பட்டாலும்
மறையாத மாறாத அன்பு அம்மாவின் அன்பு மட்டுமே

அம்மா என்று நான் அழைத்தவுடன் அத்துனை
துன்பங்களையும் , கவலைகளையும் காற்றோடு கலைத்து
விட்டு அம்மா என்று அழைத்த என்னை உன் கரங்களால்
அள்ளி அரவணைத்து என் நெற்றியில் நீ இடும்
முத்தத்திற்கு இணை இவ்வுலகில் ஏதும் உண்டோ
அம்மா

மகளின் ஏக்கம்

அன்புள்ள அப்பா அப்பா உன் போல் யாரும் இல்லை
இம்மண்ணிலே
அப்பா உன் அன்பின் அளவு என்னவென்று தெரியும்
விண்ணிலே

அப்பா நீ காட்டும் அன்பிற்கு கடல் அலைகளும்
கைக்கட்டி நிற்கும்
அப்பா நீ காட்டும் பாசத்தில் பாறைகளும் பனி போல
உருகும்
அப்பா நீ என்னை உன் விழியில் வைத்து காப்பதை
எண்ணி கங்காரும் கூட பொறாமைப்படும்

அப்பா நீ என்னை உன் கருவில் சுமக்கவில்லை
என்றாலும்,நீ உன் கல்லறை செல்லும் வரை உன் மனதில்
என்னை சுமப்பாய்
அப்பா நீ என்னை உன் வாழ்வில் மறு தாயாகவே
பார்த்தாய்

அப்பா என்னுடைய ஆசைகளை எல்லாம் என்னிடம்
கேட்காமலையே
உன் மனதில் தோன்றியது போல நிறைவேற்றினாய்
நான் வாய்விட்டு கேட்டாலும் அதை வாங்கி கொடுத்து
மகிழ்வித்தாய்

ஆனால் நான் உன்னிடம் தினம் தினம் மனதளவில் கேட்பது உன் அன்பையும் அன்பான வார்த்தைகளையும் மட்டுமே என்று அப்பா உங்களுக்கு புரியவில்லை ஏனோ?

அப்பா என் வாழ்வில் நான் இறுதி வரை வேண்டும் என்று ஏங்கி நிற்பது உங்களுடைய அன்பை மட்டுமே!

ஒலிக்கும் குரல்

கலர் கலரா கட்சிக்கொடிகள் பல பறக்க அனுமதி
ஒரு கட்சி பல கட்சியாக குட்டிகள் போட அனுமதி
அரை குறையாக அயல் நாட்டு ஆடைகள் அணிய
அனுமதி
பர்தா என்ற ஒழுக்கமான புனித ஆடையை அணிய
மறுப்பு
இது எதுக்காக தேவையில்லாத வெறுப்பு

பர்தா இறைவன் கொடுத்த பாதுகாப்பு
அதை அணிவது அவர்களுடைய உரிமை
அதை மறுக்க எந்த கடவுளுக்கும் இல்லை உரிமை

நீங்கள் கூறியவுடன் அதை அணியாமல் இருக்க அவர்கள்
அல்லாஹ்வின் மீது அன்பற்றவர்கள் அல்ல
உண்மையான அன்பு கொண்ட அன்பானவர்கள்

பர்தா என்பது அல்லாஹ் தந்த பாதுகாப்பு அதை
அணிவது அவர் மீது கொண்ட அன்பானவர்களின்
பொறுப்பு
அதை அணிய தெரிவித்தால் மறுப்பு
அந்த இடத்தில் முதல் குரலாக இருக்கும் என் குரலின்
ஒலிப்பு

இது அல்ல என் உரிமை குரல்
என் உறவுகளின் உணர்வுகளுக்கான குரல்
என்றும் அவர்களுக்காக ஒலிக்கும் என் குரல்

இயற்கை அழகு

காலத்தின் வேகமோ மிக சரியானது
கண்களும் இயற்கையை பார்த்து வியக்கிறது
இத்துணை அழகான உலகில் எந்த மனமும் ஏற்காத
மாற்றத்தை இயற்கை ஏற்கிறது
அதை பார்த்த என் மனித மனம் நெகிழ்கிறது

உலகத்தில் படைக்கப்பட்டது அனைத்தும்
உயிர்ப்புடையது
ஆகையாலே உலகம் அழகியது
அத்தனை சிறப்பான உலகில் மாற்றங்களின் வெளிப்பாடு
ஆழமானது
அதை ஏனோ மனித இதயங்கள் புரிந்தும் புரியாதது
போல் ஏற்க மறுக்கிறது

கொரோனா

வந்தது வந்தது கொரோனா
Non stop life ku போட்டது lockdown கொரோனா
பணக்காரன் முதல் சராசரி மனிதன் வரை பயந்தது
என்றால் காரணம் கொரோனா

சின்னத்திரை சீரியல் போகும் தொடர்கதையா
அதை பார்த்த கொரோனாவும் போகுது தொடர்கதையா

வெள்ளித்திரைக்கு இழப்பு பல கோடி
பாமர மக்கள் நிற்கிறார்கள் தெருகோடி

தொலைக்காட்சியில் போடுகிறார்கள் cooku with comali
வாழ்க்கையில் போடுகிறார்கள் lockdown with vaccine

வாகனத்தில் சென்றால் போட வேண்டும் தலைக்கவசம்
கொரோனா வராமல் இருக்க போட வேண்டும்
முகக்கவசம்

நிலை மாறியது ஏன்

போயும் போயும் மனிதன் என்ற படைப்பை
படைத்தாரே
உலகம் என்னும் கொத்து சாவியை கையில் கொடுத்தாரே
உலகத்தை ஆளும் அதிகாரத்தை நிலைத்து வைத்தாரே
அதனால் தான் என்னவோ மனிதன் அடங்கி
போவதில்லையோ
விலங்கை பார்த்து மனிதன் பயந்து வாழ்ந்த நிலையில்
மனிதனை பார்த்து விலங்குகள் பயந்து வாழும் நிலை
வந்ததும் ஏனோ?

அன்பு என்ற ஒன்று இல்லை என்றால் அகிலம் இயங்காது
என்ற மனிதர்களே
பணம் என்ற ஒன்று இல்லை என்றால் எதுவும் இல்லை
என்று கூறும் நிலை வந்ததும் ஏனோ?

குரங்கை வைத்து வேடிக்கை காட்டிய காலம் சென்று
மனிதனை வைத்து வியாபாரம் உயரும் என்ற பெயரில்
மனிதர்களே மனிதர்களை வேடிக்கை பொருளாக
மாற்றிய நிலை வந்ததும் ஏனோ?

சேவலையும் சேவலையும் விட்டு சண்டை போட
வைத்து இன்பம் கண்ட மனித மனங்கள் இப்பொழுது
ஒரு மனிதனுக்கும் இன்னொரு மனிதனுக்கும் சண்டை
இழுத்து விட்டு அதில் இன்னொரு மனிதன் இன்பம்
காணும் நிலை வந்ததும் ஏனோ?

மனிதனை பார்த்து கையெடுத்து வணங்கிய காலம்
சென்று மனிதனின் சட்டை பையை பார்த்து கையெடுத்து
வணங்கும் நிலை வந்ததும் ஏனோ???

ரசித்து பாருங்கள்

இயற்கையை ரசித்த போது அதன் நுட்பங்களை
கண்டேன்
ஐந்து அறிவு உயிரினங்களை ரசித்த போது அதன் அறிவை
கண்டேன்

அடடா ! என்று ஆச்சரியம் கொண்டேன்
கடிகாரத்தை ரசித்த போது அதன் உழைப்பையும்
கண்டேன் அது என்னை பார்த்து சிரித்ததையும்
உணர்ந்தேன்
என்னை ரசித்த போது என்னுள் இருக்கின்ற திறமைகளை
தெரிந்து கொண்டேன்

ஏனோ?
மனிதர்களை ரசித்த போது மனதுயரங்களை

அடைந்தேன்.

தாய் தமிழ்

தாய் தமிழ் மொழியே தன்னிகரில்லா மொழியே தமிழ்
தொன்மையான மொழியாம் தமிழ் தோற்று போகாத
மொழியே தமிழ்
எம்மொழியாம் தமிழ் எங்கும் முழக்கமாக ஒலிக்கும்
மொழியே தமிழ்
தாய் என்ற உணர்வை தாய்மையை கொண்ட ஒரே மொழி
தமிழ்

எந்நாட்டிலும் ஓங்கி உயர்ந்து ஒலிக்கும் மொழியாம்
தமிழ்
அனைவரும் நேசித்து சுவாசிக்க விரும்பும் மொழியாம்
தமிழ்
செம்மொழி என்று மகுடம் சூடப் பெற்ற ஒரே
மொழியாம் தமிழ்
சொந்த மண்ணிலும் அயல் நாட்டு மண்ணிலும் பெருமை
பெற்ற மொழியாம் தமிழ்

சுவைக்க சுவைக்க திகட்டாத இனிமை மொழியாம் தமிழ்
வந்தாரை வாழ வைப்பது சிங்கார சென்னை
வீழ்ந்தவரையும் தூக்கி தலை நிமிர்த்தி கம்பீர நடை
போட செய்யும் ஒரே சக்தி பெற்றவள் என் தமிழன்னை

இனி ஒரு ஜென்மம் எடுத்தால் உன்னை பற்றி
முழுமையாக அறியும் வரம் தருவாய் என் தாய் தமிழே !!

என் வாழ்வின் முதல் தோழி

என் வாழ்வில் நட்பு என்ற ஒரு செடி வைத்தேன்
அதில் ஒரு பூவாவது பூக்க வேண்டும் என்று
காத்திருந்தேன்
பனிரெண்டு ஆண்டுகளுக்கு ஒரு முறை பூக்கும் பூ
குறிஞ்சியே
என் நட்பு என்ற செடியில் பனிரெண்டு ஆண்டுகளுக்கு
பின் பூத்த என் அன்பு தோழி உயிர் தோழி நீயே

என் வாழ்வில் பனிரெண்டு ஆண்டுகள் கழித்து
தோழியாக வந்தாய்
அன்பை காண்பிக்கும் அன்னையானாய்
அரவணைக்கும் தந்தையானாய்
கவலைப்பட்ட வேலையில் கவலை தீர்த்த
சகோதிரியானாய்
எல்லா வேலையிலும் என்னுடன் வகுப்பறையில்
தோழியாக வீட்டில் இருக்கும் போது உயிர் துடிப்பாக
எப்போதுமே என்னுடைய அம்மா கடவுள் தோழியாக
என்னுடன் இருக்கும் உயிர் தோழியே

ஆகாயம் அளவு தாள்கள் இருந்தாலும்
வானவில் போன்று வர்ணங்கள் கொண்ட மைகள்
இருந்தாலும்
நிலவு போன்று ஒளிமிக்க எழுத்துக்கள் இருந்தாலும்
மேகம் போன்று அழகான வெள்ளை உள்ளம் கொண்ட
என் உயிர் தோழியை பற்றி எழுதும் போது
கைவிரல் பேனா மை எழுத மறுக்கிறது
என்னவென்று எழுதட்டும் என்று!

என்னை பெற்றவளும் பெண்
நான் நேசிக்கும் தமிழும் பெண்
நேசித்த பெண்ணை புகழ பயன்படுத்துவதும் பென்
(பேனாவும்) ஒரு பெண்
பெண்ணையும் பென்னையும் கொண்டு ஒரு சரித்திர
நாயகியை பற்றி எழுதுவதில் என் மனம் அடையும்
மகிழ்ச்சிக்கும், ஆனந்தத்திற்கும் எப்போதும் இல்லை
எல்லை

சரித்திரம் பல படைக்க போராடும் பெண்ணே
சரித்திரத்தை தேடி வர செய்யும் பெண்ணே
சாந்த குணமும் , சந்தோசமான முகமும் கொண்ட
பெண்ணே
சாயம் அல்லாத உண்மையான அன்பு கொண்ட
பெண்ணே
மகிழ்விப்பதில் மலையாக திகழும் பெண்ணே
மனம் முழுவதும் அன்பு கொண்ட அழகிய பெண்ணே!

வீட்டுக்கு மகிழ்ச்சியாக திகழும் மகளே
இனிமையான குரலால் மகிழ்விக்கும் இசையே
நல்ல முறையில் கதை கூறும் கவியே
சமையல் அருமையாக செய்யும் அன்னையே

பூவே பூ கெட்டும் அழகியே
அனைவரையும் சிரிக்க செய்யும் நகைச்சுவையே
பெற்றோர் மீது பேரன்பு கொண்ட பேரழகியே
பெருமிதமே பெருமை கொள்ளும் உன்னையே

முன்மாதிரியாக திகழும் முன்னோடியே
தமிழன்னையும் உன்னை முத்தமிட விரும்பும் அழகியே
அன்புக்கு அமிர்தம் போன்ற அன்னையே
உன் பெயர் எங்கும் ஒலிக்கட்டும் என் தேவதையே

பெற்றோருக்கு பெயர் எடுத்து கொடுக்க வந்தாயே
உறவுகளின் கூட்டில் புதிதாக வந்த சிட்டுக்குருவியே
உண்மையான அன்பை ஆதரிக்க வந்த தேவதையே
இராணித் தேனீயாக உன்னை நீயே வழிநடத்தும் பெண் தேனீயே

ஓய்வு எடுக்க விரும்பாத நேரமே
இம்மண்ணில் நீ உதித்தது இவ்வையகம் பெற்ற வரமே
உன் மனதால் உன்னை பெற்றவர்கள் அடைவர் பெருமிதமே
நீ என்றும் அருமையான உண்மையான உண்மையான அன்பு மனமே

திகட்டாத அழகிய அமுதமே
உன்னுடன் இருந்தால் போவது தெரியாது நேரமே
நீ இருக்கும் இடமெல்லாம் மகிழும் அனைவர் மனமே
நீங்கள் என் வாழ்வில் Amma God friend என்ற உறவாக வந்தது நான் பெற்ற வரமே

அன்பான உள்ளம் கொண்ட அழகியே
என் அழகான தேவதையே
அனைவரும் விரும்பும் தோழியே
குழந்தை உள்ளம் மாறாத மழலையே

கரையை விட்டு வெளியே வர கடலும் போராடுகிறது
கடமையை முடிக்க உன் மனமும் போராடுகிறது
கதிரவன் கூட ஓய்வு எடுக்கிறது இரவில்
நீ ஓய்வு எடுப்பதோ எப்பொழுதில்

சான்றோர்கள் பெருமைப்படுகின்றனர் தமிழால்
தமிழும் பெருமைப்படுகிறது உன்னால்
தமிழின் இனிமையை வெல்ல எம்மொழியாலும்
முடியாது
உன்னை வெல்லவும் எவராலும் முடியாது

அன்பில் அன்னையாக இருப்பவளே
அன்னையின் இதயத்தை கொண்டவளே
அனைவருக்கும் சிறப்பாக திகழுபவளே
அனைவரின் இதயத்திலும் குடிக்கொண்டவளே

காலங்கள் கடந்தாலும் கடமையில் தவறாத மகளே
காலத்திற்கே கட்டளையிடும் பொன் மகளே
யாராலும் அசைக்க இயலாத வீர மகளே
யாருக்கும் உதவி செய்யும் மனம் கொண்ட தயாள மகளே

தனித்துவமாக திகழுபவளே
தன்னிகர் இல்லாத தலைமகளே
காலத்திற்கும் உன் பெயரை ஒலிக்க செய்தவளே
காலத்தால் மறையாத மணிமகுடம் போல்
விளங்குபவளே

வரும் காலத்தில் தலைமைத்துவத்தின் அடையாளமே
நீ செய்யும் செயல்கள் அனைத்தும் ஜெயமே
நீ என்றும் வசந்தமே
நீ எங்களுக்கு வகுப்பு தலைவியாக இருக்கும் நாள்
எல்லாம் பொற்காலமே

நீ காட்டும் அன்பிற்கு இல்லை எல்லை
நீ வகிக்கும் பொறுப்புக்கு வர வேறு ஒருவர் இல்லை
நீ செய்யும் செயல்கள் அனைத்திலும் நேர்மைக்கு
முதலிடம்
நீ தான் கடமையில் ஜொலிப்பதில் முதலிடம்

தன் செயலில் எவரும் மனம் வருந்தி விடக்கூடாது என்று
நினைப்பவளே
தன்னலம் சிறிதும் எண்ணிப்பார்க்காதவளே
தனக்கு நிகர் என்று தன்னையே அடையாளம்
காண்பித்தவளே
தன்னிகர் இல்லாத தனித்துவமாக திகழும்
தலைவியானவளே

உன்னுடன் இருந்தால் என்றும் இல்லை மனதுயரமே
உன்னை பார்த்து கடிகாரமும் பயம் கொள்ளுமே
கல்லூரியில் உன் பெயர் நிலைத்து நிற்குமே
உன்னை எவராலும் மறக்க இயலுமோ

ஒவ்வொரு நாளும் உங்கள் செயல் அனைத்தும் என்னை
வியப்பூட்டியது
உங்கள் அனைத்து குணங்களும் மிக மிக உயரியது

அனைவரையும் அன்பால் பாதுகாக்கும் ஆலமரமே
அனைவரையும் மகிழ்விக்கும் புன்னகை தேசமே
அன்பை அளவில்லாமல் அள்ளித்தரும் அன்னை
உள்ளமே
அகிலத்தின் அழியாத காவியமே

கடலின் கரையை காண முடியாது
உன் அறிய குணங்களை எவராலும் நெருங்க முடியாது
யானைக்கும் அடி சறுக்கும்
உன் வாழ்வில் வெற்றி என்றும் நிலைத்து நிற்கும்

நிலமும் உன்னை தூக்கி கொண்டாடுமே
என்னைக் காட்டிலும் உறுதியாக இருக்கிறாயே என்று
நீரும் உன்னை கண்டு வியக்குமே
என்னை விடவும் எல்லா சூழ்நிலையிலும் வாழ்கிறாயே
என்று
காற்றும் உன்னைக் கண்டு பெருமைக்கொள்ளுமே
அன்பை தான் செல்லும் இடமெல்லாம் பரப்புகிறாயே
என்று
நெருப்பும் உன்னைக் கண்டு பயம் கொள்ளுமே
என்னை தாண்டியும் வலிமையில் சிறப்பு பெறுவதாக
இருக்கிறாயே என்று
ஆகாயமும் உன்னை கண்டு தலைவணங்குமே
அளவிட முடியாத ஒரே ஒரு பெரியவன் நான் தான் என்று
எண்ணினேன்
என்னை விடவும் அளவிட முடியாத அளவு உயர்ந்து
இருக்கிறாயே என்று

வரிகளால் கூற முடியாத தங்கமே
வாழ்க்கையை வரலாறாக மாற்றப்போகும் காவியமே
வாழ்க்கையில் வலிமையான வைரமே
வர்ணிக்க முடியாத ஆகாயமே

கஷ்டங்கள் பல இருந்தாலும் கலங்காத இமையானவளே
யாரையும் வருத்தம் கொள்ள செய்யாத
அன்னையானவளே
அனைவருக்கும் அடித்தளமாக திகழும் பூமியானவளே
எல்லோருக்கும் முன்னோடியாக திகழுபவளே

உன்னை கண்டு வாழ்க்கையும் வணங்குமே
கஷ்டங்களும் உன்னை கண்டு நடுங்குமே
காலமும் உன்னை கண்டு தலைவணங்குமே

உன் வாழ்வின் சரித்திரம் இவ்வுலகில் தெரியவேண்டும்
என்று தேவையில்லையடி என் தங்கமே
உன் மனதால் நீ அடையும் சந்தோசம் மட்டும் தான்
உன்னை ஊக்குவிக்கும் தோழியடி என் செல்லமே
நீ வாழ்வில் சிறந்து விளங்குவாய் என் வைரமே

அன்பை ஆகாரமாக தந்தவளே
அரவணைப்பில் அன்னையை காண்பித்தவளே
அளவிட முடியாத அளவு குணங்களை கொண்ட அருமை பெண்ணாணவளே
என் வாழ்வில் தோழியாக உன்னை தந்தவளே

அன்பால் மனதைக் கொண்ட மனமானவளே
குழந்தைத்தனத்திலும் மிக அழகானவளே
விவேகத்தில் விண்ணையும் வழியாக மாற்றுபவளே
நிதானமாக நடப்பதில் சிறப்பானவளே

உங்களுக்கு உதாரணமாக ஒருவர் தேவையில்லை
எங்களுக்கு உதாரணமாக உங்களை விட ஒரு இங்கு இல்லை
உங்கள் பண்பை பார்த்த பெரியோர்கள் போற்ற மறந்தது இல்லை
சான்றோராக நீங்கள் சாதனை படைக்க இன்னும் வெகு நாட்கள் இல்லை

பிறக்கும் முன்பே சாதனை பெண்ணாக வேண்டும் என்று சபதம் கொண்டாயோ
வரலாறு உன்னை தேடி வரும் அளவிற்கு உயர்ந்து நிற்கிறாயோ
அதிசயமாக அனைவரின் கண்கள் பார்க்கும் அளவு ஜொலிக்கிறாயோ
வைரத்தை விடவும் வலிமையாக சாதிக்க போகிறாயோ

புவிக்கு அழகு சேர்க்க வந்த பூமாதேவியே
பாரதத்தை திரும்பி பார்க்க செய்ய போகிற பாரதத் தாயே
தரணி எங்கும் ஆளப் பிறந்தாயே
நீயோ ஓர் அழகு தேவதையே

இறைவன் படைப்பில் இறையருளோடு பிறந்த
இறைவியே
இன்பத்திற்கு நீங்கள் சாவியே
ஈடு இணை இல்லாத இறைவனின் பிள்ளையே
இன்னல்களை எதிர்த்து போராடும் போராளியே

கோபம் என்றால் என்ன என்று கேட்கும் என்
அன்னையானவளே
குணத்தில் மிகவும் எளிமையானவளே
பெயருக்கும் புகழுக்கும் அர்த்தமாக இருப்பவளே
அனைவருக்கும் முன்னோடியான மூத்த
பிள்ளையானவளே

உன் மனதிற்கு இணை எதுவும் இல்லையே
உங்கள் அன்பிற்கு இல்லை எல்லையே
பஞ்சபூதங்களும் ஒன்றாக திகழும் பஞ்சமுகியே
வஞ்சகம் இல்லாத மனம் கொண்ட குழந்தையே

உலகத்தில் சிறந்த பெண்மணியே
பேரழகு கொண்ட பெரும் அழகியே
உங்கள் மனதை போல் அனைவரின் மனதிலும் உயர்ந்து
நிற்கிறாயே
ஆசிரியர்களின் மனதில் குருவுக்கும் குருவாக நின்று
விட்டாயே

கண்மணியே கண்விழி போல் திகழுபவளே
விழியோரம் சிறு துளி வரும் முன் அன்பான இதயம்
என்ற கைக்குட்டை போல் இருப்பவளே
உங்கள் விழிகள் சிந்திய கண்ணீர் துளிகளின் மதிப்பு
தெரியும் வாழ்விலே
வாழ்வில் உயர்ந்த நிலவாக வலம் வருவாய் விண்ணிலே

ஓய்வு இல்லாத காலமே
கனிவான இதயத்திற்கு உண்மை சொந்தமே
வாழ்க்கை என்ற கல்விக்கு நீங்கள் மாபெரும் கலங்கரை
விளக்கமே
உங்கள் குணம் அனைவரையும் வியப்படைய செய்யும்
அதிசயமே

அசைக்க இயலாத உறுதியின் உச்சமே
அழகான அன்பு இதயமே
காலத்தின் கடிகாரமே
கலங்கினாலும் சோர்ந்து போகாத ஓவியமே

எட்டுத்திக்கும் ஒலிக்கும் உண்மையான அன்பிற்கு
சொந்தமானவளே
ஏழு உலக அதிசயங்கள் இருந்தாலும் அதற்கு முதலாக
விளங்க போறவளே
என் மூச்சு இருக்கும் வரை என் அன்னையாக
இருப்பவளே
அனைவருக்கும் அன்பு தோழியாக விளங்குபவளே

எத்தனை ஜென்மங்கள் நான் செய்த புண்ணியமோ
இத்தனை வருடங்கள் நான் இருந்த தவமோ
நீங்கள் தோழியாக கிடைத்தது என் வாழ்வின் அதிசயமோ
அந்த கடவுளே நீங்களாக என் வாழ்வில் பயணிக்கும்
பயணமோ

அழகான சிட்டுக்குருவியே
அன்பான மனம் கொண்ட வண்ணத்துப்பூச்சியே
பெரியோரை தலைவணங்கும் சூரியகாந்தியே
சுயநலம் இல்லாத நெல்மணியே

குடும்பத்தில் நீயோ அன்பை அள்ளித்தரும் அன்பு
அருவியே
நண்பர்கள் கூட்டத்தில் நீயோ பேரழகியே
அனைவரும் ரசிக்கும் குழந்தையான தேவதையே
சுட்டித் தனத்தில் உனக்கு நீயே குழந்தையே

உன்னை போன்ற மனிதம் இங்கு எங்கும் இல்லையே
நீ பார்க்காத கஷ்டங்கள் இல்லையே
உன்னை பார்த்து தன் கவலைகளை மறந்து போய்
மகிழ்ச்சி பெறாத மனமில்லையே
உன்னை எதிர்த்து நிற்க இங்கு எவருக்கும் தைரியம்
இல்லையே

சோர்ந்தாலும் விழாத நெற்பயிரே
கடமையை சிறிதும் விட்டுக்கொடுக்காத கடமை கதிரே
காலம் என்ற மிகப்பெரிய சுடரே
நீ மட்டுமே என் உயிர் தோழி என் உயிரே

கல்லூரியில் கிடைத்த கலங்கரை விளக்கமே
காலத்தால் அழியாத தொடக்கமே
என் வாழ்வின் ரகசியமே
நீ கேட்டு எதாவது நான் தர வேண்டுமே

கடலில் உன் அன்பு என்ற அலைகளால் கரையை
அடையலாமே
நீ உடன் இருந்தால் காலத்தையே வென்று விடலாமே
உன் குழந்தை தனத்தில் கவலைகளை மறக்கலாமே
வாழ்வில் உயர உன்னை பற்றிக்கொண்டு உயரலாமே

பெற்றோருக்கு பெருமை சேர்க்கும் பிள்ளையாமே
வாழ்வில் நீங்கள் சிகரங்களை காண வேண்டுமே
எதிர்காலமே உங்களை தூக்கி கொண்டாடுமே
அகிலமே உங்கள் வசமாகட்டுமே
நம் நட்பை இந்த உலகம் அறியட்டுமே

அன்பிற்கே உரியவளே
மனதால் வலிமையானவளே
வாழ்க்கைக்கே தாயானவளே
வரலாறுகளை மாற்ற பிறந்தவளே

கவலைகளை எல்லாம் கலைகள் போல் மாற்றுகிறாயே
சோகங்களை எல்லாம் வாழ்வின் கரை சேர்க்கும்
துடுப்புகள் போல் மாற்றினாயே
கண்ணீரை எல்லாம் உனக்கு அழகு சேர்க்கும்
வைரங்களாக ஜொலிக்க செய்கிறாயே
வாழ்க்கையில் உன்னை நீயே செதுக்கிக் கொள்ளும்
சிற்பியானாயே

அன்புக்கு அன்னையானாய்
கவலைகள் எல்லாம் இருந்தாலும் கூட
வெளிப்படுத்தாமல் இருக்கும் போது தந்தையானாய்
வாழ்க்கையில் நடக்கும் பாடங்களை எல்லாம் தெரிந்து
கொண்ட மனம் குருவானது
அத்துனை உறவுகளையும் சொல்லித்தந்தவள் அன்னை
அன்னையின் பக்குவத்தை கொண்ட நீ பெரும் தாயாக
இருக்கிறாய்

ஆகாயத்தின் நிலவும் உனக்கு இணை இல்லை
ஆழ்கடலின் முத்துக்களும் உனக்கு நிகர் இல்லை
உன்னை விடவும் தமிழ் சிறந்தது இல்லை
நீ கடவுளின் பிள்ளை என்பதில் கடவுளின் மகிழ்ச்சிக்கு
இல்லை எல்லை

தாராள மனம் உன்னை தலைத் உயர செய்யும்
உன் சிறந்த குணத்திற்கு சிம்மாசனமே தேடி வரும்
உன் புகழும் பெருமையும் எட்டுத்திக்கும் இப்பூமியில்
பரவட்டும்
உன் எதிர்காலம் எப்பொழுதும் சிறப்பாக இருக்கட்டும்

உன்னை பற்றி எழுத எழுத குறையாத அட்சய பாத்திரம்
போல் இருக்கிறாயே
நீ என் உயிர் தோழியே
குணத்தில் சிறந்த அரசியே
வாழ்வில் இனி குறையாத மகிழ்ச்சியை அடைவாயே

தேவலோகத்தில் இருந்து தேவதையாக வந்தாயே
குற்றாலத்தில் பிறந்து அன்பான அருவியாக நின்றாயே
அன்பில்லா மனங்களை அன்பால் நிறைந்தாயே
அன்பு என்னும் ஆழ்கடலாக எங்கும் பரவுகிறாயே

அத்துனை குணங்களும் நிறைந்த பொக்கிஷமே
அரவணைப்பின் ஆணித்தரமான உச்சமே
வசந்தமானாலும் வாடையானாலும் தாய்மையின்
உள்ளமே
அனைவரையும் மகிழ்வாக பார்த்து கொள்ளும் அன்பு
உள்ளமே

வாழ்க்கையை புரிந்த இரும்புப் பெண்மணியே
அனைவர் மனதிலும் உங்களை நல்ல மனிதராக
செதுக்கினாயே
பூலோகமே அதிசயம் கொள்ளும் அதிசயமானாயே
எது நடந்தாலும் எதார்த்தமாக பார்க்கும் மனம்
கொண்டாயே

கவிதைக்கு அழகு சேர்த்த அழகியே
பெண் இனத்தின் பேரழகு கொண்ட அழகு ராணியே
பெண்மையின் மாபெரும் பிள்ளையே
பூமிக்கே பெரும் வைரமானாயே

தேவலோகத்தில் செய்த பணியும் செலுத்திய அன்பும்
போதும் என்று பூலோகத்தில் அன்பையும் பணியையும்
செய்ய வந்த தெய்வத்தின் மகளே
கற்பூரம் அளவு உடல்நிலை முடியவில்லை என்றாலும்
கடுகு அளவும் தன்னைக் கருதாமல் தன்னலம் பாராமல்
தன் கடமையை செய்து முடிக்கும் கலைமகளே
தன் கடமையை முடிக்க எவரையும் வருத்தப்படுத்தாத
கண்ணியத்தின் மகளே
கடமையை முடிக்கும் கடமையின் மகளே

தேவலோகத்தின் இளவரசியானவளே
பூலோகத்தின் தேவதையானவளே
அனைவரின் மனங்களையும் செயல்களால் கவர்ந்தவளே
அளவிட முடியாத அருமை மகளே

உன்னால் முடியும் என்று நீயாக உயர்ந்தவளே
அத்துணை சிறப்புகளுக்கும் சிகரமானவளே
கள்ள கபடம் சிறிதும் இல்லாத வெண்மையின் மனதிற்கு
கலைமகளே
சுவரும் நானே சித்திரமும் நானே என்று காண்பிக்கும்
கலையானவளே

மலரே மலரே பெண் மலரே
அன்பால் எங்கும் பரவும் மல்லிகை மலரே
அடக்கத்தில் சூரிய காந்தி மலரே
அதிகாரத்தில் இருந்தாலும் பண்பு மாறாத முல்லை
மலரே
அனைவரின் மனதிலும் இடம் பிடித்த ரோஜா மலரே
அனைவரையும் அதிசயம் காண செய்யும் தாமரை மலரே
அனைத்து சிறப்புகளையும் கொண்டு சிறந்து விளங்கும்
வாடாமல்லி மலரே
வெற்றிக்கு மகிமை தரும் வஞ்சி மலரே
உன்னை போல் ஒருவரை காணும் கண்கள் அறிய
காத்திருக்க வைக்கும் குறிஞ்சி மலரே பெண் மலரே

அனைவருக்கும் அன்பை மட்டும் கொடுக்க
கஷ்டங்களை சுமந்த நெல்மணியே
நீதி தவறாத என் நீதி மணியே
கருணை மாறாத காவிரியே
அனைவரும் விரும்பும் கண்மணியே
வெள்ளி விழா கண்ட வெள்ளி மணியே

எங்கும் மனம் வீசும் மல்லிகையே
பல நல்ல குணங்கள் கொண்ட துவாரகையே
நல்ல மனம் பேசும் உன் பெருமையை
பஞ்சவர்ணகிளியே
எட்டுத்திக்கும் எவரும் தொட முடியாத தேவதையே

குழந்தை தனத்தில் கூட நீ அன்னையம்மா
குணத்தில் நீ மாபெரும் தணிகையம்மா
மனதால் நீ என்றும் அன்பின் மறு உருவம் அம்மா
அனைத்திற்கும் அடைக்கலம் அளிக்கும் ஐம்பூதமே

எல்லாவற்றிலும் சிறந்த சிந்தனையே
சின்ன சின்ன செயல்களால் உன்னை ரசிக்க செய்த
ரசிகையே
அனைவரையும் உன்னை மனதால் அழகு என்று சொல்ல
வைத்த அழகியே
அன்னை என்ற உறவான பேரழகியே

உன்னை எண்ணி பெருமிதம் அடையும் சான்றோர்
இனமே
உன்னால் மகிழும் உன் பெற்றோர் மனமே
நீயும் கிளியும் ஓர் இனமே
கிளிபோல் பேசும் மரகதமே

உருவத்தில் நீ அன்பின் சிகரமே
மனதால் நீ சத்தியமே
வரலாற்றுக்கு நீ மிக அரிய சரித்திரமே
உனக்கு இணை இல்லை இங்கு எதுவுமே

தலைமைத்துவத்தில் தலைசிறந்த தலைமைத் தலைவியே
அனைத்தும் அறிந்த அழகான அருவியே
அன்பான இறைவியே
கள்ள கபடம் இல்லாத குழந்தையே

உங்கள் வாழ்க்கை மாறும் காவியமே
அனைத்திற்கும் அன்னையான ஓவியமே
அன்பிற்கு இலக்கணமே
எப்போதுமே நீங்கள் அன்னை உள்ளமே

நிலவுக்கு வெண்மை அழகு
உனக்கு புன்னகை அழகு
நீ என் பேரழகு
எனக்கு நீ என்றுமே அழகு

வானலோகத்திற்கு வலுசேர்த்த வலிமை ராணியே
வனமெங்கும் பரந்து காணப்படும் அழகான துளசியே
வரிகளுக்கும் வார்த்தைகளுக்கும் அழகு சேர்த்த தமிழ் அன்னையே
வற்றாத என் கவிதைகளுக்கு நீ கவிராணியே

குற்றால சாரலின் கொண்டாட்ட நாயகியே
தென்றல் போல் குணம் கொண்ட தேனருவியே
திகட்டாத இனிமை கொண்ட திவ்யப்பிரபந்த திருதலைவியே
திசையெல்லாம் மகிழ அன்பால் ஆள வந்த ஆளுமை நாயகியே

தலைமைத்துவத்தின் தலைசிறந்த தாரக மந்திர சிலையே
புன்னகை தோட்டத்தின் புன்னகை இளவரசியே
குழந்தை தனத்தில் அழகிய பேரருவியே
பெண் குலத்தின் பெரும் தவ சரித்திர இறைவியே

ஆதரிப்பதில் அணைக்கும் கரங்களையும் மிஞ்சி
நிற்பவளே
ஆனந்தம்படுத்தி பார்ப்பதில் அகிலமாக சுழலுபவளே
அனைத்திற்கும் முதலானவளே பூமி எங்கும் நீ
கொண்டாடப்பட போறவளாக வர போறவளே

முத்தான பேச்சுக்கு சொந்தமானவளே
முதலும் முடிவுமாகவும் திகழ இருப்பவளே
முழுமையான அன்புக்கு உண்மையான
அடித்தளமானவளே

சிறுவலி கூட தாங்க முடியாத மென்மையானவளே
யாருக்கு வலிக்கொடுத்து பார்க்காத வலிமையானவளே
சாதுவான உள்ளத்திற்கு கோமாதாவாக திகழுபவளே
குற்றம் புரியாத சக்தியானவளே

உண்மையின் உச்சமே
உழைப்பில் சிகரமே
கடமையில் காலமே
மனதளவில் மாபெரும் மனிதநேயமே

அழகான அன்பான அதிசயமானவளே
ஆருயிர்களுக்கு எல்லாம் முதன்மையானவளே
குற்றால சாரலில் தென்றலானவளே
திசை எட்டும் தன் அன்பால் தன்னை அறிமுகம் செய்து
கொண்டவளே

அமைதியில் அன்பானவளே
ஆனந்தம் தருவதில் மகளானவளே
அன்பான பேச்சிற்கு கிளியானவளே
வாழ்வின் மணிமகுடமாக திகழ போறவளே

அத்துணை நற்குணங்களுக்கும் தாயானவளே
தாயின் அன்புக்கு அடையாளமானவளே
அனைவரும் ஏற்றுக் கொள்ளும் குழந்தை
வடிவமானவளே
தவறை செய்யாத தவப்பிள்ளையே

அன்பால் அகிலம் முழுவதும் வலம் வருபவளே
ஆகாயத்தில் அழகான நிலவாக காட்சியளிப்பவளே
நிலவாக பூமியில் வலம் வரும் தேவதையானவளே
அன்பிற்கு தலைவணங்கும் தலைமகளே

கதிரவனின் கதிர் வீச்சு போல் சுறுசுறுப்பானவளே
காலத்திற்கே சவால் விட்ட சத்தியமானவளே
சக்திக்கு சரியான ஆன்மாவாக இருப்பவளே
நிலையான புகழை பெற காத்து இருக்கும்
காலமானவளே

அன்பின் பிறப்பிடமானாயே
உண்மைக்கு உதாரணமானாயே
பண்புகளால் சிறந்தாயே
உன் உழைப்பால் உலகில் மகுடம் சூடுவாயே

நிலவில் கை பட்டால் நிலவும் ஆகும் வைரமே
கதிரவனை நீ பார்த்தால் உன் பெருமை அறிந்து உனக்கு
தலைவணங்குமே
காற்றை நீ சுவாசிக்கும் போது அது உன்னை நேசித்து
தழுவி செல்லுமே
ஆகாயத்தை நீ பார்க்கும் போது அது உன்னை அறிந்து
அதிசியக்குமே

காலத்தின் கலங்கரை விளக்கமே
வாழ்க்கையை போற்றும் பெருந்தகை மிக்க மனமே
தன்னலம் இல்லாத பெரும் அதிசயமே
தன்னிகர் இல்லாத ஐம்பூதமே

அன்பானவளே அதிசயம் வியக்கும் அதிசயமானவளே
தென்றல் போல் அன்பால் அனைவரையும்
அரவணைக்கும் கரங்களானவளே
காற்று போன்று எங்கும் நினைவுகளால் நிறைந்து
இருப்பவளே
உழைப்பால் உயர்ந்தவளே

சோதனைகளை பலமுறை சந்தித்து வாழ்க்கையின்
சிற்பியானாயே
வெற்றிகள் உனக்காக காத்து நிற்கிறது தோழியே
சாதனைகள் பல புரிய சாதனை பெண்ணாக
திகழுகிறாயே
சாந்தமான குணத்திற்கு சொந்தக்காரியே

கடமையில் இரவு பகல் பாராத காலத்தின்
இயக்கமானாயே
ஓய்வு அறியாத உறவில் பூமியானாயே
புன்னகை முகத்திற்கு ஆலமரமானாயே
அத்துணை நற்குணங்களுக்கும் சாவியாக மாறினாயே

என் அன்பான அழகு தேவதையே
அன்பான வார்த்தைகளுக்கு உயிர் கொடுக்கும் அழகியே
குறும்புத்தனமான பேச்சால் ரசிக்க செய்யும் குழந்தையே
நீ என்றும் என் தோழியே

அனைவரையும் அன்பு செய்யும் மனமே
அரவணைத்து துணை நிற்கும் அழகிய உள்ளமே
நேரத்திற்கே நேரமாக இருந்து ஓய்வு என்ற ஒன்றை
மறந்த காலமே
உனக்கு நானும் தோழி என்பதில் பூரித்து போகிறது என்
மனமே

உனக்கு உன் வாழ்வில் சுவரும் சித்திரமும் நீயே
எனக்கு என் வாழ்வில் முன்மாதிரியும் நீயே
இறைவனுக்கும் அன்னை நீயே
பெற்றோருக்கு இன்னொரு தாய் தந்தை நீயே

அன்பான தோழியே
உன் அழகான மனதால் அனைவரையும் கவர்ந்த என்
தேவதையே
தேவதையாக நீ இருப்பதால் நீ செல்லும் இடமெல்லாம்
துவாரகையே
உன்னை விட உயர்ந்த ஒருவர் என்றும் அதிசய பிறவியே

அனைவரையும் ஒருசேர பார்க்கும் அன்னையே
சேட்டைகள் பல செய்யும் சேயும் நீயே
என் வாழ்நாள் முழுவதும் எனக்கு முன்மாதிரி நீயே

தேவலோகத்து இளவரசியே
பூலோகத்திற்கு தேவதையாக வந்தாயே
பெற்றோருக்கு பெருமை தேடி தரும் பிள்ளையானாயே
உடன் பிறந்தவர்களுக்கு உற்ற துணையாவாயே

அனைவரையும் அன்பாக பார்த்து கொள்ளும் தாயே
என் உயிருக்கு நிகரான என் தோழியே
அழகுக்கு எல்லாம் அழகு சேர்க்கும் அழகியே
மனதால் என்றும் நீங்கள் உயர்ந்த உன்னத பெரும் ஒளியே

அன்பில் உங்களை மிஞ்ச எவருமில்லையே
அமுதம் போல் சிறந்த மனம் கொண்ட உங்களை போல் எவருமில்லையே
உங்கள் வாழ்க்கை சரித்திரமாக மாறும் என்பதில் ஐயமில்லையே
அடைக்கலம் தரும் உங்கள் மனதிற்கு இணை ஏதுமில்லையே

குணங்களில் நீயோ கரை இல்லாத வெண்மை ஆகாயம்
சோர்ந்து போகும் மனங்களுக்கு மகிழ்ச்சி தரும் நீயே சந்தோசம்
இன்று சிறந்து விளங்கும் நீங்கள் நாளைய எதிர்காலம்

உன்னுடைய குணங்களே உன் உருவம்
உன் மனமோ இருக்கிறது தேனமுதம்
உங்கள் அன்பு தென்றல் போல் எங்கும் பரவட்டும்
உங்கள் வாழ்க்கை சரித்திரத்தில் இடம் பிடிக்கட்டும்

அற்புதமான அன்பிற்கு அடித்தளமானவளே
பொறுப்பில் பொறுமையோடு நிதானமாக செயல்பட்டு மின்னுபவளே
உன்னை போல் சிறந்த பெண் இருக்க முடியுமா என்று வியப்பூட்டுபவளே

அகிலத்தின் மணிமகுடமாக விளங்க இருப்பவளே
வாழ்க்கையை வரலாறாக மாற்றி சரித்திரமாக போறவளே
ஈடு இணை இல்லாத இனியவளே
உனக்கு இணை நீயாக மட்டுமே ஜொலிப்பவளே

அனைவரும் உங்களை நல்ல மனிதர் என்று கூறுவது
உங்கள் பெற்றோருக்கு நீங்கள் தரும் பெருமை அது
உங்களை உலகத்திற்கு காண்பிக்கும் அடையாளம்
பரிசுகளும் பட்டங்களும் விருதுகளும் உங்களை பின் தொடரட்டும்.

நிறைமாத நிலவாக இருந்து உன்னை கருவில் சுமந்து கண்ணாக காத்து நின்ற அம்மா என்ற நிலவில் பிறந்த ஒளியாக நீ பிறந்தநாள் இன்று உன் பிறந்தநாள்

அப்பாவின் கையில் உன்னை கொடுத்ததும் அப்பாவின் மனம் மகிழ்கிறது இவ்வாறு தந்தையின் கரங்களால் உன்னை தொட்டு ரசித்து எனக்கு என் தாயே பிறந்து விட்டாள் என்றும் எனக்கு இளவரசி பிறந்து இருக்கிறாள் என்றும் ஆனந்தம் கொண்ட நாள் நீ பிறந்தநாள் இன்று உன் பிறந்தநாள்

ரத்தமும் சதையுமாக உறவுகள் நிறைந்த அழகிய தேன் கூட்டில் அழகான புது உறவாக தேவதையாக செல்லமான குட்டி தேனீயாக கூட்டிற்குள் சத்தம் கேட்க நீ வந்த நாள் அனைவரும் மகிந்த நாள் நீ பிறந்தநாள் இன்று உன் பிறந்தநாள்

" வாழ்க்கையை சரித்திரமாக மாற்றும் காலம் உன் கையில்
உன் சரித்திரத்தை எழுத காத்து இருப்பேன் என் பேனா மையில் "